கூடு திரும்புதல் எளிதன்று

தங்கம் மூர்த்தி

டிஸ்கவரி பப்ளிகேஷன்ஸ்
எண்: 9, பிளாட் எண்: 1080A, ரோஹிணி பிளாட்ஸ்
முனுசாமி சாலை, கே.கே.நகர் மேற்கு,
சென்னை - 600 078. பேச: 99404 46650

வெளியீட்டு எண்: 0272

கூடு திரும்புதல் எளிதன்று (கவிதைகள்)
ஆசிரியர்: தங்கம் மூர்த்தி©

Koodu Thirumputhal Elithanru (poems)
Author: Thangam Moorthy©
Print in India

1st Edition: Dec - 2020
2nd Edition: July-2023
ISBN No : 978-93-89857-48-1
Pages - 120
Rs - 200

Publisher • *Sales Rights*

Discovery Publications
No. 9, Plot,1080A, Rohini Flats,
Munusamy Salai,
K.K.Nagar West, Chennai - 78.
Tamilnadu, India.
Mobile: +91 99404 46650

Discovery Book Palace (P) Ltd
No. 1055-B, Munusamy Salai,
K.K.Nagar West,
Chennai-600 078.
Ph: (044) 4855 7525
Mobile: +91 87545 07070

discoverybookpalace@gmail.com / www.discoverybookpalace.com

இந்த நூலில் பிரசுரமாகியுள்ள எந்த ஒரு பகுதியையும் எழுத்துபூர்வமான முன்அனுமதி பெறாமல் எடுத்தாள்வதோ, மறுபிரசுரம் செய்வதோ, மொழியாக்கம் செய்வதோ, ஊடகங்களில் மறுபதிப்புச் செய்வதோ, காப்புரிமைச் சட்டப்படி தடை செய்யப்பட்டுள்ளது. இந்த நூலிலிருந்து சில பகுதிகளை மேற்கோள்காட்டி நூல்அறிமுகம் செய்யலாம்.

உங்கள் மொபைல் போனிலிருந்து ஸ்கேன் செய்து 'டிஸ்கவரி புக் பேலஸ்' மொபைல் ஆப்பை டவுன்லோடு செய்து, புத்தகங்களை வாங்குங்கள்.

Scan and download

தீநுண்மியின்
நெருப்புக் கரங்கள்
பட்டுதிர்ந்த
நட்புறவு மலர்
Rtn. Major Donor **R. முத்துச்சாமிக்கு...**

பிரியம்:
அஞ்சலிதேவி தங்கம் மூர்த்தி
நாகா அதியன்
நிவேதிதா மூர்த்தி
காவியா மூர்த்தி
என்.சாய் பிரணவ்.

நன்றி:
மு. வேடியப்பன்
ஜி. முரளி அப்பாஸ்
ராசி.பன்னீர்செல்வன்
சுரேஷ் மான்யா
சு.பீர்முகமது
அனுராதா சண்முகம்.

அன்புடன்...

மலரென நினைத்தால்
நறுமணம் தருவேன்.

மலையென
நினைத்தால்
வலிமையைப் பெறுவேன்.

மழையென
நினைத்தால்
தட்பமாய் நனைப்பேன்.

தனலென
நினைத்தால்
வெப்பமாய் இருப்பேன்.

சுடரென
நினைத்தால்
துயரத்திலும் நிற்பேன்.

இடரென
நினைத்தாலோ
வெகு தூரத்தில் நிற்பேன்.
கல்வியில் ஒரு விழி
கவிதையில் ஒரு விழி
அறிவுப் பாதையில்
வெளிச்சமே என் வழி

ஆசிரியர்
என்பதென் ஆடை.

கவிஞன் என்பததன்
அணிகலன்.

தங்கம் என்றிருப்பதால்
அடிக்கடி
உரசிப் பார்ப்பார்கள்
எனை.

பேரன்பின்
ஆதாரமிருப்பதால்

பெருமளவு சேதாரமில்லை.

மூர்த்தி சிறிது
கீர்த்தி பெரிதா என்பதை
காலத்தை
அளவிடும் கருவியொன்று
கண்டறியும்.
O

பெடலுடைந்த சைக்கிளைப் பின்தொடரும் காலம்

அடிக்கடி
செயின்
கழன்றுவிடும்
பெடலுடைந்த
சைக்கிளில்
என்னைப் பள்ளியில் இறக்கிவிட்டு
தேநீர்க்கடைக்கு வேலைக்குப் போவார்
என் அண்ணன்.

ஒருவர் படிக்கணும்னா
ஒருவர் வேலைக்குப் போகணும்
எனும் ஒப்பந்தத்தில்
தியாகியானவர் அவர்.
பொட்டல் வெளியில்
உச்சி வெய்யிலின்
சூடு உறைத்திடாத
வெறுங்கால்களின்
நாட்களவை.

நீரோடிய
ஆற்றங்கரைக்கு
கரும்பலகையைத் தூக்கிப்போய்
கரைகளில் சாய்த்து
கொவ்வாய்காயும் அடுப்புக்கரியும் தேய்த்து
அடர்கறுப்பு நிறமாக்கி
கரிபடிந்த சட்டையோடு
வகுப்பறையில் நிறுத்தி
ஆசிரியரிடம்
பாராட்டுப்பெறும் வேளையில்
பாடவேளை முடிந்திருக்கும்.

புதிய சேர்க்கையாய்
வகுப்புக்குள் நுழைந்த
அப்பெண்ணை
ஓரக்கண்ணால்
பார்த்ததற்காக
கையை நீட்டச்சொல்லி
எட்டுமுறை அடித்த
எம்.கே.சாரையும்
பின்னொரு ஆண்டில்
அவரே
என்னையும் அவளையும்
திரையரங்கில்
இடைவேளையில் கண்டு
சிரித்துக்கொண்டே
செல்லமாய் அடித்துப் போன
நினைவுகளையும்

கரம்பிடித்தபடி
பள்ளிக்கூடத்தைச் சுற்றிப் பார்த்தேன்.

அறிவுச் சுடரேந்தி
வாழ்வின் வெளிச்சவெளிகளைத்
தேடி ஓடியதில்
முப்பதாண்டுகளுக்குப் பிறகு
அன்றுதான்
காலடி வைக்கிறேன்
என் பள்ளியில்.

என் பெருமைகள் உரைத்து
கௌரவித்த ஆசிரியர்கள்
போர்வெல் ஒன்றுக்கும்
வாகனம் நிறுத்தும்
நிழற்குடைக்கும்
கோரிக்கை வைத்துக்கொண்டிருந்தபோது
என் காரை
தொட்டுப்பார்த்துத்
தொட்டுப்பார்த்து
ஓடிஒளிந்து வியந்தனர்
மாணவர்கள்.

சிறு பிராயத்தின்
அழியாத நினைவுகளை
விழிகளில் ஏந்தி
வாகனத்தில்
புறப்பட்டுச்செல்கையில்
மீண்டுமொருமுறை
பள்ளியைத்
திரும்பிப் பார்த்தேன்.

பெடலுடைந்த
சைக்கிளை மிதித்து
பின்தொடர்ந்துகொண்டிருந்தார்
என் அண்ணன்
மூச்சிறைத்தது எனக்கு.
O

நடைபாதையில் கிடந்த
சிறுமலரொன்றை
மிதிபடக்கூடாதென
கையிலெடுத்துப்போன
குழந்தையிடத்தில்
தன் வாசனை முழுவதையும்
பரவவிட்டது
மலர்.

o

வேர்கள்
பழுதான
இலைகளற்ற
நெடிதுயர்ந்த
கருநிற மரத்தைப்
பரிகசிக்கிறது
அருகிருக்கும்
மஞ்சளாய்ப் பூத்த
மரமொன்று.
o

கதிரவன் அழகு
நாம் அதனருகே
செல்லாத வரை.

மின்னல்
அதனினும் அழகு
அது நம்மருகே
வராத வரை.

o

இசைநயமிக்க கொசுக்கள்
பெரும்பாலும் பறக்கின்றன
காதருகே.
○

சான்றளிக்கும் அதிகாரியின்
அறைக்குள் பறக்கின்றன
வெட்டுக்கிளிகள்.
○

நைபவர் இடர்நாடி எழுந்தருள்கவே...

கருவறையின்
திரைச்சீலை விலக
மின்சாரமணி
இரைச்சலிடையே
தீபாராதனையை
ஒற்றிக்கொண்டோரின்
உதடுகள்
முணுமுணுத்தவண்ணமிருந்தன.

திவ்வியதரிசன நெகிழ்வில்
ஆயிரங்கள் விழுந்தன
ஆரத்தித்தட்டில்.

பூரண அருள் நிறைந்து
உள்பிரகாரம் சுற்றிவந்தோர்
அபிஷேக நீரள்ளி
தலைமேல் தெளித்து
புனிதமாகிவிட்டிருந்தனர்.
ரப்பர்பேண்ட் அகற்றிய
பெருங்கட்டொன்றையும்
காணிக்கைக் கண்மலரையும்

உண்டியலில் செலுத்தி
கொடிமரத்தின் முன்பு
விழுந்து எழுந்தனர்
சாஷ்டாங்கமாக.

உயரமான எவர்சில்வர்
அண்டாவில்
உப்பைக்கொட்டி
கவலைகள் கரைத்து
மீண்டுமொருமுறை
தெய்வம் பார்த்து
தரையமர்ந்து
கண்மூடி தியானித்தனர்.

விரதம் காத்த கரங்களால்
தானதர்மம் அளித்து
கோடி புண்ணியத்திற்கு
கோபுர தரிசனம் கண்டு
சிறப்பு அலங்காரத்தில்
எழுந்தருளியுள்ள அழகை
மீண்டும்மீண்டும் தொழுது
விழிகளில் நிறைத்து
கன்னத்தில்
போட்டுக்கொண்டனர்.

திருநீறுப் பொட்டலம்
தேங்காய் பழம்
அரைமுழப் பூச்சரத்தை
ஐஸ்வர்யமென
பவ்வியமாய் ஏந்தி
இல்லம் புறப்பட
ஆயத்தமாயினர்.

தலைவாசல் படிதொட்டு
பரவசமிகுதியில்
வெளியேறிய வேளையிலும்
அறிந்திடவேயில்லை

இரத்தலின் உச்சமாய்
கிழிந்த முந்தானையை
கைகளால் ஏந்தி
மடிப்பிச்சை கேட்டவளோடு
உரையாடிக்கொண்டிருந்த
கடவுளை.

○

எளிதில் உடையும்
விளையாட்டுப் பொருட்கள்
வேண்டுமென
அடம்பிடிக்கும்
குழந்தைகள்
உடையாமல்
பார்த்துக்கொள்கிறார்கள்
குடும்பங்களை.
o

மனசுக்குள்
ஓடிப்பிடித்து
விளையாடிய
உன்
சொற்களனைத்திலும்
காதல் ரேகை படிந்திருந்ததை
உறுதிசெய்தனர்
தடயவியல் நிபுணர்கள்.
o

தேதித்தாள்
கிழத்து சுருட்டி
காதுகுடைபவன்
எங்ஙனம் அறிவான்
காலத்தின் அருமையை.

o

நெருங்கிநிற்கச்
சொல்கிறார்
புகைப்படக் கலைஞர்
நம் இடைவெளி
அறியாமல்.

o

வான் பார்வையில்
ஒரு
பிரமாண்ட நீர்த்துளி
நீளஅகலத்தில்
அசைவதைப்போலிருக்கிறது
கடல்.

O

நானொரு புத்தகம்,
அதிலும்
கவிதைப் புத்தகம்.
நீதான்
தப்புத்தப்பாய் வாசிக்கிறாய்.

O

நினைவுப்பரிசுகளின் சாக்குமூட்டை

எல்லாரும்
உறங்கியதை
உறுதிசெய்தபிறகு
கைவிளக்கெடுத்து
கனத்த நூல்களிலிருந்து
குறிப்புகள் சேகரித்து
மறுநாளைய மாலைக்கூட்டத்தில்
ஒரு மணி நேர சொற்சிலம்பத்தில்
லயித்து ஆர்ப்பரிக்கும்
ஆன்றோர் சபை.

நன்றியுரைக்கு சற்றுமுன்
சபைநடுவில் நிறுத்தி
நினைவுப்பரிசொன்றை வழங்கும்போது
சிரிக்கச் சொல்வார்
நிழற்படக்கலைஞர்.

அன்றைய நாளின்
சிற்றுண்டிக் கொடையாளருக்குக்
காத்திருந்து பசியாறி
வீட்டையும் வேளை
உறங்கிவிட்டிருப்பார்கள்

எல்லாரும்.
முந்தையவற்றின் குவியலோடு
ஓசையின்றி சேர்த்தபின்
புகழுரைகளின் சிலாகித்தல்களால்
அவ்விருட்டிலும்
மின்னி ஒளிரும்
நினைவுப்பரிசுகள்.

கால்கள் நீட்ட சுதந்திரமில்லா
கையளவு வீட்டின்
கடுகளவு அறையில்
நினைவுப்பரிசுகளை
எங்ஙனம் அலங்கரிப்பாள்
அவளும்.

எழுந்தவுடன்
முதல்வேலையாக
வாங்கிக்கொடுத்திட வேண்டும்
அவளிடம்
பெரிதாக
சாக்குப்பை ஒன்றை.
○

வயலின் தந்திகளால்
நிறைந்திருக்கும்
என் மனதை நோக்கி வரும் நீ
ராகத்தோடு வருகிறாயா
ரம்பத்தோடு வருகிறாயா...
o

நெடுநாள்
பயன்பாட்டிலில்லாததும்
ஒரு காரணம்

உன் நேயத்தில்
துருவேறியதற்கு.
O

நல்ல குரல்வளம்
மழைக்காலத்
தவளைகளுக்கு.
O

கொடையாளர் பெயரை
செதுக்கினர்
மெழுகுவர்த்திகளில்.
O

இலைகளை உரையாடவிட்டு
கேட்டுக்கொண்டிருக்கிறேன்
மரத்தடியில்.
o

பென்சிலில்
எழுதிவைத்திருக்கலாம்
உன் நினைவுகளை.
o

துடுப்பின் அழகைத் தழுவும் வெண்பனிப் படலம்.

கரையெல்லாம்
காற்றிலாடும் மரங்கள்,
கைக்கெட்டும் தூரத்தில்
சரிந்திருக்கும் கிளைகள்.
விரித்த
வெண்பஞ்சுப் போர்வைபோல்
மெல்ல நகரும் பனிப்படலம்,
நீரள்ளி
முகத்தில் தெளித்து விளையாடி
நெருக்கமாய் அருகிருக்கும்
நிறைந்த அன்புடையாள்

நன்னீர் ஏரிப்
படகுப்பயணத்தின்
அழகுகளை
ஏற்றிச் செல்ல
கப்பலும் போதாது.

ஆயினும்
நீருக்குள் படகும்
படகுக்குள் நீரும்
நுழைந்து விடாமல்
உந்தித்தள்ளும்
துடுப்பசைப்பவனின்
லாவகத்துக்கு ஈடுண்டோ
இத்தனை அழகும்.
O

குளியலறைக் கவலைகள்

அத்தனை எளிதல்ல
ஆசுவாசமாய்க் குளித்துவிட்டுவருவது.

கதவைத் திறக்கும் போதுதான்
வாங்க மறந்த பற்பசை
நினைவுக்கு வரும்.
பழைய பற்பசையின்
கடைசி மூச்சையும்
பிதுக்கி எடுப்பதற்குள்
விழிபிதுங்கி மூச்சுமுட்டிவிடுகிறது.

முகச்சவரத்தை லாவகத்தோடு
நிறைவுசெய்வதற்கு சற்று முன்னர்
நின்றுவிடுகிறது மின்சாரம்
அந்நொடியில்
ரேசரால் நிகழ்ந்துவிடுகிறது
இருதுளி இரத்த அபிசேகம்.

வெந்நீர்க் குழாய்
இடதா வலதாவென
கண்டுபிடிப்பதற்குள்

கொட்டிவிடுகிறது
கைகளில் வெந்நீர்.
இறுகப்பற்றிடினும்
எப்படித்தான்
நழுவி விழுமோ
அச்சோப்பு.

துவட்டிடும் வேளையில்
குழாயில் கைபட்டு
மீண்டும் நனைக்கிறது
ஷவர்.

ஒருவழியாய்
நன்னீராடிய நிறைவில்
கதவு திறந்து வெளியேறினேன்.

ஆனாலும்
வீடே நகைக்கிறது
காதோரமிருந்த
சோப்பு நுரை கண்டு.

O

பெருந்திரள் கூடி
அறிஞர் உரைகேட்டு
ஆர்ப்பரித்த
அத்திடலுக்கு
இப்போதெல்லாம்
யாரும் வருவதில்லை
பானிபூரிக் கடைகளின்
வாடிக்கையாளரைத்தவிர.

o

ஆழப்பதிந்தன
சுடரின் வேர்கள்.
வெளிச்ச நறுமணம்
நிரவிய அறையில்
நாசியில் நுழைந்தது
இருளின்
கருகும் வாடை.
o

நோய்களிடத்தில்
எதிரிகளின்
சாயலிருக்கிறது.
மருந்துகளிடத்தில்தான்
நண்பர்களின்
சாயலில்லை.
o

சாளர முகிலில் நனையும் மனம்

மூன்று சாளரங்கள்
என் அறையில்.

கார்முகில்கள் திரண்டிருந்த
பேரழகில் லயிக்க
ஒரு சாளரம் திறந்தேன்
பிறந்த மழலையின்
பிஞ்சுக்கரங்களால்
வருடிவிட்டது
ஈரக்காற்று.

மறுசாளரம்
திறந்தேன்.
மென்மைக் காதலின்
மிருதுக்கரங்களால்
கோதிவிட்டது
வாடைக்காற்று.

மூன்றாவது சாளரம் திறக்க
தீர்த்தங்களைத் தெளித்து
ஆசீர்வதிக்கத்துவங்கியது
மழை.

மூடவேண்டியதாயிற்று
மூன்று சாளரங்களையும்
வலுப்பெறும் வேளையில்.
o

கடவுளுக்கு மறதி அதிகம்

எனக்கென ஓர்
கவிதையெழுத நினைத்திருந்தார்
கடவுள்.

அவ்வருள் வேளையில்
அவரிடம்
காகிதமுமில்லை
எழுதுகோலுமில்லை.

தானொரு
கடவுளென்பதை உணர்ந்து
அவற்றை
வரவழைத்த போது
கவிதை
மறந்திருந்தது
கடவுளுக்கு.
o

வெளிர் வண்ணத்தில் மகிழும் குருவிகள்

அலகுகொத்தி சிறகசைத்து
நேசமிசைத்து
நெருங்கி நடந்தது
என்னருகே.

அதன் மகிழ்வான தருணமிது
என்பதறிந்து
காரணிகளை ஆராய்ந்தேன்.

சிட்டுக்குருவி
எல்.கே.ஜி. சேரவில்லை
வேலைதேடும் வேலையில்லை
திருமணச் சடங்குகளில்லை
சொத்துச் சேர்க்கும் பழக்கமில்லை
வங்கியில் கடனில்லை
வருமானவரி கட்டுவதில்லை
ஜாதகம் பார்ப்பதில்லை
சர்க்கரை நோய் அறியவில்லை
காதலித்து நோகவில்லை
மிக முக்கியமாய்
கவியெழுதும் வழக்கமில்லை.

வேறென்ன துயரிருக்கப் போகிறது
அகன்ற வானில்
ஆனந்தபவனி வர...
O

நிழல்களின் மரணம்

கிளைகளினூடே
நீண்டு செல்கின்றன
மின்சாரக் கம்பிகள்.

மரத்தை முட்டும்
பெருங்காற்றால்
ஏற்படும்
கிளைகளின் உரசலே
மின்தடைக்குக் காரணமென்று
எம் அரிவாளை
எம் மரத்திலேயே கூர் தீட்டி
கிளைகளை வெட்டுகின்றனர்
மின் ஊழியர்கள்.

எங்கோ ஓடிக்கொண்டிருக்கும்
மின்விசிறிகள்
கொக்கலிக்கின்றன
நிழல்களின் மரணம் கண்டு.
○

கனிகளிலே நீ விஷக்கனி

தன்னல நிறத்திலொரு
ஆடை,
அடுத்தவர் நேரத்தை
அபகரிக்கும் கெடிகாரம்,
போலியாய் குலுக்குதற்கு
இரு கரங்கள்,
உண்மையின்
ஈரம்படாத நா,
ஊர் வம்பை
விளக்கமாய்
எடுத்துரைக்கும்
வாய்,
நல்லன காணா
கண்கள்,
நாற்றங்காலை மிதிக்கும்
கால்கள்,
இவையனைத்தையும் கூட
மன்னித்துவிடலாம்

மன்னிக்கவே இயலாதது
மழலையாய்ச் சிரிக்கும்
உன் முகத்தை.
o

அணிலாவது எளிதல்ல...

சோகத்தைப் பிதுக்கி
முகத்தில்
அப்பிக்கொண்டதைப்
போலிருந்தவள்
வாசலில்
தூணாகி நின்று
அங்குமிங்கும் துள்ளித் திரிந்த
அணிலையே
நோக்கியவாறிருந்தாள்.

என்னடி பண்ற அங்க

அதிகாரக்குரல்
கேட்ட நொடியில்

உள்ளே ஓடிவிட்டாள்
அவள்.

வெளியே ஓடிவிட்டது
அணில்.
○

விரல்களும்
மனசும்
நடுநடுங்கிப்போகிறது
மரணித்தவர்களின்
அலைபேசி எண்ணை
அகற்ற முற்படுவற்கு
சற்று முன்.
O

பொய்களை
வடிகட்டித்தான்
அனுப்புகிறேன்.

நீ
வடிகட்டியோடு
நட்பிலிருப்பதை
அறிந்திலேன்.
O

வெயிலில்
காயப்போட்ட
சட்டைகளின்
மடிப்புகளையும்
சுருக்கங்களையும்
நீக்கிவிடுகிறார்
சலவைக்காரர்
ஒரு மனநல மருத்துவரின்
ஞானத்தோடு.
o

விரதமிருந்து
ஆலயம் வருவோர்
பொறிப்பொட்டலம் பிரித்து
வீசுகிறார்கள்.

திருக்குளமெங்கும்
மிதக்கின்றன
பொறிகள்.

விரதத்திலிருக்கின்றன
மீன்கள்.

o

குவித்திருந்த
சருகுகளில்
காற்றின் தடங்கள்.
O

                        ஆதிகாலக் குளத்தை
                        நீந்திக்கடக்கிறது
                        வறட்சி.
                        O

            வற்றிய குளங்கள்
            அகதிகளாகும்
            தவளைகள்.
            O

ஆழ்குழாய்க் கிணற்றில்
அறுநூறு அடிக்குக் கீழிருந்தது
தாத்தாவின் கண்ணீர்.
o

நெடுநாள்
மூடப்பட்டிருந்த
பிள்ளைப்பருவத்தின்
ஞாபக அறையைத்
திறந்தேன்.
ஓடிவந்து
இறுக்க அணைத்துக்கொண்டு
என் தோளில்
முகம் பதித்தவன்
ஐந்துவயதில்
கடும் காய்ச்சலால்
காப்பாற்றவியலாதுபோன
என் தம்பியாய்
இருக்கலாம்.

o

உதைபடக் காத்திருத்தல்

மைதானத்தில்
கிடக்கிறது
கால்பந்து.

உள்ளே இன்னும்
அனுமதியில்லை
வீரர்களுக்கு.

மைதானத்தின்
தன்மை
வெளியில் நின்றே
ஆய்வு
செய்யப்படுகிறது.

சென்ற ஆண்டில்
இறுதிப் போட்டி
நடைபெறவில்லை.
வீரர்களும்,

விரல்களால் கூட
கால்பந்தைத்
தொடாதவர்களும்,
மைதானத்திற்குள்
நுழையாமலே
வென்றதாக
அறிவிக்கப்பட்டனர்.
இன்னும்
அங்கேயேதான்
கிடக்கிறது
கால்பந்து.

அலுவலர் சிலர்
மனம்போன போக்கில்
உதைப்பார்கள்
அவ்வப்போது.

விளையாட்டுத் துறை
இப்போதைக்கு
மைதானத்தில்
விளையாட
வாய்ப்பே இல்லை
என்கிறது.

என்றாலும்
விளையாட்டு உபகரணங்கள்
முறையாக
வழங்கி வருவதாகவும்,
பல தொலைக்காட்சிகளில்
விளையாட்டு
கற்பிக்கப்பட்டு வருவதாகவும்,
அடுத்த
உலகக்கோப்பையை
உதைக்காமலே
வென்றுவிடலாமெனவும்
மாதம் இருமுறை
அறிவிப்பு வருகிறது.
காலையில்
மைதானம்
சரியில்லை என்றும்

மாலையில்
மைதானத்தில்
விளையாடலாம் என்றும்
மாறிமாறி
அறிவித்ததில்
தன்னைத் தானே
சுற்றிக்கொண்டு
சுருண்டு படுத்துவிட்டது
கால்பந்து.

கோச்
அனைவரும்
செய்வதறியாது
தவிக்கிறார்கள்.

சிலர்
வீரர்களின்
எதிர்காலம் குறித்து
வெம்முகிறார்கள்.
சிலர்
துறுதுறுவென்ற
கால்களோடு
உத்தரவுக்குக்
காத்திருக்கிறார்கள்.
நிழலிலேயே
பழகிவிட்ட சிலர்
வெய்யிலில்
வாடநேரிடும்
வாழ்வெண்ணி
வருந்துகிறார்கள்.

பாதி சம்பளமுமில்லா
தனியார் கோச் சிலர்
நூறு நாள் வேலைக்குச்
சென்றுவிட்டார்கள்.

ஒரு
கருத்தறிதல்
நல்லதென
ஈன்று புறந்தந்து
சான்றோனாக்கியவர்களிடம்
கருத்தறிந்தனர்.
அவர்களும்
கருத்துரைத்து
கலைந்து சென்று
குடும்பத்தோடு
பண்டிகைக் கூட்டத்தில்
கலந்துவிட்டனர்.

வீரர்களின்
கால்களுக்கிடையே
களமாட வேண்டிய
கால்பந்து
அதிகாரத்தின்
கால்களுக்கிடையே
அல்லாடுகிறது.
O

மயிலிறகாய்
வருடிவிட்ட
கீறல்களின்
ரணங்கள்
ஆறவில்லை இன்னும்.

o

சொற்களாய்
உயிர்த்தெழ
இயலாத
மௌனங்களைப்
புதைத்து வைத்தேன்.
புதைத்த இடத்திலிருந்து
வளர்ந்து நிற்கும்
மரமொன்று
உரையாடிக்கொண்டேயிருக்கிறது
என்னோடு.

o

கூடுதல் பேரழகோடு
நீ பிரகாசிப்பதாய்
பிள்ளைகள் உனை
முகம்மலர மொழிந்தார்கள்.
பண்டிகையின் பொருட்டு
வீடு கூட்டி கழுவித் துடைத்த
நம் காதலில்
மேலோட்டமாய் படர்ந்திருந்த
தூசுகளையும்
நீ அகற்றி அழகாக்கியதை
அறியார் அவர்.
o

மழையின் கரங்களில்
வானம்
மழையின் கால்களில்
நான்
நடக்கிறது வானம்.
மிதக்கிறேன் நான்.
o

நள்ளிரவு தாண்டி
ஒளிரும்
செல்போன்களின்
வெளிச்சங்களில்
இருளாகின்றன
இல்லங்கள்.

o

வீணை
புல்லாங்குழல்
வயலின்
இவைகளைப் பிரித்தறிந்து
இசை கற்பதற்குள்
தா ள ல ய ங் கள்
விலகிநின்று வேடிக்கை பார்த்தலே
ஞானம்.

O

தினங்களின்
அந்தியிலிருந்து
சில நிறங்களை சேமித்து
செலவழிக்கிறேன்
இருளில்.
o

உன் பொறாமையை
எச்சிலாய் மாற்றி
உமிழ்ந்தாயாம்.
அதை நக்கிய
விஷப்பாம்பொன்று
துடிதுடித்துச்
செத்துப்போனதாம்.
உன்னிலும்
குறைவாய்
பொறாமைப்படுபவன்
கூறிவிட்டுப்போனான்
இதை.
o

தனியே
நடந்து செல்லும்
பெண்ணருகே
கடந்து செல்வது
கடவுளாயினும்
தவிர்க்க இயலவில்லை
சங்கிலி அறுப்பவனோ
எனும் நினைவை.
o

மதங்களின்
மந்திர ஒலிகள்
மேலெழுந்து
உயரும் நிலையில்
ஆரத்தழுவிக்கொள்கின்றன
ஒன்றையொன்று.
O

ஆர்டர் கேன்சல்

மொறுமொறுன்னு
முறுகலா
ஒரு ரோஸ்ட்

பொடி வெங்காயம் போட்டு
மேலாப்ல மௌகு தூவி
ஒரு ஆம்லேட்

சூடா இட்லி
கெட்டிச் சட்டினி

பெப்பர் தூக்கலா
பெரட்னாப்ல
மட்டன் சுக்கா

ஆறு வீச்சு
ஒரு பாயா

மெல்லிசா
ரெண்டு கல்தோசை
காரச்சட்டினி

கொத்து புரோட்டா
முட்டை மாஸ்

பதமா மினி ஊத்தப்பம்
நாட்டுக்கோழி மசாலா

கிளாசை
வெந்நீர்விட்டுக் கழுவி
சக்கரை கம்மியா
ஸ்ட்ராங்கா ஒரு டீ.

பக்குவம்
அத்தனையும்
நயம்பட உரைத்து
சர்வரைக் கதறவிட்ட
ருசியின் நினைவுகள்
குறும்படமென
மனசுக்குள் ஓட

உணவுக்கு முன்
உணவுக்குப் பின்
என
குறிப்பெழுதி
விளக்குகிறார்
மருந்தக ஊழியர்.
O

நதியைத் திறந்து பார்த்தல்

அவ்வழியே
கடந்துபோதல்
பேரின்பம்.

வருடும் ஈரக்காற்று
கடக்கவிடாது
எனை நிறுத்தும்.

அலை நனைக்கும்
ஆடைகளில்
மணல் படிதலும்
அக்கரை அழகை
இக்கரையிருந்து
ரசித்தலும்

வரங்களென மாறும்.
வலைகளை
தூண்டிலை
லாவகமாய் விலக்கி
மேலெழும்பித் துள்ளும்
மீன்களிடத்தில்
புன்னகை
துளிகளெனச் சிதறும்.

சற்று தாழ்வாகப் பறக்கும்
பறவைகளின்
சிறகசைப்பில்
கூடுதல் சிலிர்ப்பிருக்கும்.

சிறுசிறு படகுகளின்
துடுப்புகள்
கோட்டுச் சித்திரம்
தீட்டிச்செல்லும்.

முன்அந்திப் பொழுதொன்றில்
ஆவல்மிகுந்து
நதியை
மெல்லத் திறந்தேன்.
எச்சில் உருண்டைகளும்
நெகிழிக் குன்றுகளும்
துர்நாற்ற
ஊற்றுக்கண்களும்
கழிவுகளின்

அந்தப்புரங்களும்
கூர்மையான
பெரிய பற்களுடைய
புதுவகை மீன்களும்
பெருங்குரலெடுத்து
அச்சுறுத்த
திறந்த நதியை
மூடவேண்டியதாயிற்று.

நதிகளைக்
கடந்துவிடுதல்
மட்டுமே
பேரின்பம்.
O

குரலில் வழிகிறது பசி

செவ்வாய்
வெள்ளிகளில்
ஆலயவாசலருகே
எனக்கான வார்த்தைகளோடு
என்னருகே வருவான்
குறிசொல்லி.

முகத்தில் ராஜ களை,
வீட்டில் பெண் தெய்வம்,
இரண்டே நாளில் தெற்கிலிருந்து
ஒரு நல்ல செய்தி,
நினைத்த காரியம் கைகூடுமென
வசீகர வார்த்தைகளை
வள்ளலைப் போல்
அள்ளி வழங்குவான்.

எந்த அஸ்திரத்திற்கும் நான்
மயங்குவதில்லையென
என் மனசறிவான் அவன்

அவனின்
பசியறிவேன் நான்.
O

கொல்லாமை

நூலொன்றை வாசிக்க விடாது
இடையூறாய்
வந்தலைகிறது
கொசு.

எத்தனைமுறை
விரட்டப்பட்டபோதும்
லாவகமாய் கையூட்டுப்பெறுபவனைப்போல்
தோன்றி மறைந்து
நழுவிவிடுகிறது.

நூலின் பக்கங்களில்
ஆழ்ந்து
தியானநிலையில்
விழிகளிருக்கையில்தான்
செவியருகே அது
ரீங்காரமிட்டு
தவத்தைக் கலைக்கிறது.
மூலிகைத் தெளிப்பான்
மின்சார மட்டை
வேதிச்சுருள்கள்
என

கொலைக்கருவிகள்
அருகிருந்தும்
ஒரு கை
துரத்துவதும்
மறு கை வாசிப்பதுமான
நிலைக்கு
பழக்கப்பட்டுவிட்டேன்.

ஒரு நொடிதான் ஆகும்
நசுக்கிவிட.

வாழ்வைப் பேசும்
நூலை வாசிக்கையில்
மிகக் கவனமாயிருந்தேன்
ஒரு கொலை
நிகழக் கூடாதென்று.
O

தள்ளுபடி விலையில்
சில சபதங்கள்...

சென்ற ஆண்டின் கடைசி நாளில்
ஞானத்தில் உதித்த சபதங்கள் சிலவற்றை
இன்றுதான் நண்பர்கள் சிலரிடம்
தள்ளுபடி விலையில் விற்றுத்தீர்த்தேன்.

என் ஞானச் சபதங்களின் உன்னதங்களைப்
போற்றிப் புகழ்ந்து ஏந்திச்சென்ற அவர்கள்
அவைகளை வேறு யாருக்கேனும்
தள்ளுபடிவிலை தவிர்த்து
இலவசமாகவே கொடுத்துவிடக்கூடும்
அடுத்த புத்தாண்டின் முந்தைய நாளன்று.

சபதங்கள் சிலவற்றை விற்றுவிட்டீர்கள்
மற்றவை நிலை என்னவென நீங்கள் வினவலாம்.
அவைகள் யாதென நான் அறியேன்.
திட்டமிட்டது
காலக்கெடு நிர்ணயித்தது
அதன் பலன்களின் கற்பனையில் மிதந்தது
என்பனவெல்லாம் நினைவிருக்கிறது.
சபதம் மறந்துவிட்டது.

ஆனாலுமென்ன
இப்புத்தாண்டின் முந்தைய நாளில்
தெளிந்த நல்லறிவோடு தேர்ந்தெடுத்த சபதங்கள்
என்னெதிரில் காத்திருக்கின்றன.

எது எப்படியெனினும் இவ்வாண்டு
நிறைவேற்றிவிடுவதாய்
சத்தியம் செய்திருக்கிறேன்
சபதங்களின் தலையில் அடித்து.
o

சாலையோரச் சித்திரங்கள்

நார்களோடும்
விரல்களோடும்
உரையாடி
மௌனத்தை அணிந்து
சோகத்தைச் சூடியிருக்கும்
பூக்காரி.

வெய்யிலை விரட்ட இயலா
ஓட்டைக் குடையின் கீழ்
பெரிய ஊசி நூலோடு
அறுந்த கால்களுக்காகக்
காத்திருக்கும்
காலணிகளைப்
பழுதுநீக்குவோர்.

சக்கரப் பலகையில்
போலியோ கால்களை
மடக்கி அமர்ந்து
உரத்த குரலெடுத்து
எறும்பு சாக்பீஸ் விற்கும்
மாற்றுத் திறனாளி.

மிகப்பழைய வாகனமொன்றில்
இசைக்கச்சேரி நடத்தி
ஒளிமயமான எதிர்காலம்

உள்ளத்தில் தெரிவதாய் பாடும்
பார்வையிழந்தோர்.
தோளிலும் இடுப்பிலும்
வாடி வதங்கிய
இரு குழந்தைகளோடு
பசியின் கோரப்பிடியிலும்
சிரித்தபடி கையேந்தும்
வேற்றுமொழியாள்.

இருகரம் கூப்பிய
அனுமனை
அச்சுஅசலாய்
கலர் சாக்பீசில் வரைந்து
பாவச் சில்லறைகளுக்காகத்
தவமிருக்கும்
பேசவியலா ஓவியர்.

திரை நடிகையின்
பதாகையைப்
பார்த்தவிழி பார்த்தபடி
வேறெதையும்
கண்டுகொள்ளாமல்
கடக்கும் பாதசாரிகள்.
O

இது சற்று முன்புதான் மிதந்தது...

மேகமொன்று
சற்று முன்பு
என் வீடு புகுந்து
கடந்துபோனதை
நானே என் கண்களால் கண்டேன்.
கறுப்புவெள்ளையாய்
உள்நுழைந்து உலாவி வெளியேறி மிதந்த
மிருதுவான அம்மேகத்தை
என்னையன்றி
ஒருவரும் அறிந்திலர்.
ஆயினும் மேகமொன்று
வீடு வந்த
ஆனந்தத் தருணத்தை
யாரிடமாவது பகிரத் தவித்தது மனம்.
எள்ளி நகைப்பாள்
என்பதறிந்தும்
மகளிடம் பகிர்ந்தேன்.

இதென்ன அதிசயம்
வாருங்களென
தனதறைக்கு
அழைத்துச்சென்றாள்.

அங்கே
வானத்தை வைத்திருந்தாள்
மகள்.
o

கரையில் ஒரு குறை

கடலின்
கரைகள்
காதலர்களுக்காகவே
காத்திருக்கின்றன.

கரைகளில் காணப்படும்
மொத்த ஈரமும்
முத்த ஈரம்தான்.

காதலர்களும்
அலைகளில் விளையாடுவதைவிட
விரல்களில் விளையாடுவதைத்தான்
விரும்புகிறார்கள்.

விரிந்து பரந்த கடலை
விழிகளுக்குள் தேடும்
அவர்கள்
அவ்வப்போது
சுண்டல் சிறுவனால்தான்
சுயநினைவுக்கு வருகிறார்கள்.

சுண்டல் சிறுவர்கள்
சுமக்கும் அக்கூடையில்
எந்நாளும் குறைவதேயில்லை
சுண்டலும்
வறுமையும்.
o

கூடு திரும்புதல் எளிதன்று

பெருங்காற்றின் நெளிவுகளில்
கதிர்வீச்சுப் பொழிவுகளில்
கரும்புகையின் படலமதில்
இலை மண்டிய கிளை நடுவில்
முட்களிடை கீறிவிடும் பூத்தெருவில்
தூறலிடும் ஓலமதில்
ஊரடங்கும் மெல்லிருட்டில்
கொள்ளிகளின் வெப்பத்தில்
கொழுந்துகளின் ஸ்பரிசத்தில்
சேதமிலா பயணமதில்
இரை தேடி
சிறகைச் சுமந்து
கூடு திரும்புதல்
அத்தனை எளிதன்று.
O

கூடு திரும்புதல் எளிதன்று

பெருங்காற்றின் நெளிவுகளில்
கதிர்வீச்சுப் பொழிவுகளில்
கரும்புகையின் படலமதில்
இலை மண்டிய கிளை நடுவில்
முட்களிடை கீறிவிடும் பூத்தெருவில்
தூறலிடும் ஓலமதில்
ஊரடங்கும் மெல்லிருட்டில்
கொள்ளிகளின் வெப்பத்தில்
கொழுந்துகளின் ஸ்பரிசத்தில்
சேதமிலா பயணமதில்
இரை தேடி
சிறகைச் சுமந்து
கூடு திரும்புதல்
அத்தனை எளிதன்று.
O

கரையில் ஒரு குறை

கடலின்
கரைகள்
காதலர்களுக்காகவே
காத்திருக்கின்றன.

கரைகளில் காணப்படும்
மொத்த ஈரமும்
முத்த ஈரம்தான்.

காதலர்களும்
அலைகளில் விளையாடுவதைவிட
விரல்களில் விளையாடுவதைத்தான்
விரும்புகிறார்கள்.

விரிந்து பரந்த கடலை
விழிகளுக்குள் தேடும்
அவர்கள்
அவ்வப்போது
சுண்டல் சிறுவனால்தான்
சுயநினைவுக்கு வருகிறார்கள்.

சுண்டல் சிறுவர்கள்
சுமக்கும் அக்கூடையில்
எந்நாளும் குறைவதேயில்லை
சுண்டலும்
வறுமையும்.
o

யாரந்த ஒருவர்

யாரோ ஒருவரின்
துயரத்தை விரட்டலாம்
வீணையின் சில நரம்புகள்.

யாரோ ஒருவரின்
தற்கொலையைத் தடுக்கலாம்
கவிதையின் சில வரிகள்.

யாரோ ஒருவரின்
தனிமையைத் தகர்க்கலாம்
வந்தமரும் சில குருவிகள்.

யாரோ ஒருவரின்
தைரியத்தை வளர்க்கலாம்
நண்பனின் சில சொற்கள்.
யாரோ ஒருவரின்
கண்களை நனைக்கலாம்
ஸ்வர்ணலதாவின்
போறாளே பொன்னுத்தாயி.

யாரோ ஒருவரின்
கோபத்தைக் கிளரலாம்
இதுபோன்ற ஒரு கவிதை.

உங்களுக்குள்தான்
எங்கோ
ஒளிந்திருக்கிறார்
அந்த
யாரோ ஒருவர்.
O

மீன்களின் தவச்சாலை

அலைகளைக் கண்டு
அச்சமில்லா மீன்கள்
வலைகளை எண்ணியே
வருத்தமடைகின்றன.

சின்ன மீன்களுக்குப்
பெரிய
மீன்களாவதே
கனவு.
பெரிய மீன்களுக்கோ
சின்ன மீன்களே
உணவு.

மாட்டிக்கொண்ட
மீன்கள்
வலைகள் அறுபடாதா
எனக் காத்திருக்கும்.
நாமோ
சட்டியில் வறுபடாதா
எனக் காத்திருப்போம்.
மீனை
கொடியில் பறக்கவிட்டு
பின்னர்
குழம்பில் மிதக்க விடுகிறோம்.

மீன்களின் தவச்சாலைக்குள்
உள் நுழைய
வாத்தியங்கள் முழங்க
வரிசையில் நிற்கிறோம்
நாம்.
O

கவிதையின் ஆறு முகங்கள்

வானில் எழுதினேன்
அவை நட்சத்திரங்களாயின.
மலையில் எழுதினேன்
அவை சிலைகளாயின.
நிலத்தில் எழுதினேன்
அவை ஏரிகளாயின.
நீரில் எழுதினேன்
அவை அலைகளாயின.
நெருப்பில் எழுதினேன்
அவை தீபங்களாயின.
காற்றில் எழுதினேன்
அவை பறவைகளாயின.

காகிதத்தில் எழுத
அவை கவிதைகளாகுமோ!..
O

சொற்கள் மாயமான தருணம்

மின்னல் மின்னும்
நொடிப்பொழுதுக்கும்
மிகக் குறைவான
கால அளவில்
அது நிகழ்ந்தது.

கவியுரையாளர்கள்
தவமியற்றினர்.
கருத்துரையாளர்கள்
தேடும் ஆய்வில்
தீவிரமாயிருந்தனர்.
வாழ்த்துரையாளர்கள்
சிரித்துக் கடந்தனர்.
வசையுரையாளர்கள்
செத்துக்கிடந்தனர்.

சொற்களனைத்தும்
காணாமல்போனதொரு பொழுதில்.
O

புத்தரின் வெகுளாமை

கூடங்களெனும்
குழந்தைகளின்
உள்விளையாட்டரங்கில்
பொம்மையோடு
பொம்மையானார்
புத்தர்.

புத்தர் தலையில்
தேநீர் ஊற்றி
விளையாடிய
குற்றத்திற்காக
கோபமொழிகளின்
சப்தங்கள்
உரத்து ஒலிக்க

தியானத்திலிருக்கிறார்கள்
குழந்தைகள்.
O

மௌனங்களின் வீடு

உன்
மௌனங்களைப் பிழிந்தேன்.

சொட்டுச்சொட்டாய்
சொற்கள் உதிர்ந்தன.

வாய்கள் கட்டப்பட்ட நிலையில்
கிடந்த சொற்கள்
விழிகளை அகலவிரித்ததன்
அர்த்தம் விளங்கவில்லை எனக்கு.

சொற்களின் கட்டுக்கள் ஒவ்வொன்றாய்
அவிழஅவிழ

மௌனங்களின் வீட்டுக்குள்
நுழைகிறேன் நான்.
o

தோற்ற மயக்கங்களோ

சிறு பிராயத்து நிலவில்
ஒரு கிழவி தெரிவதாய்
கதையளந்தார்கள்.
பிறகெப்போதோ
எம்.ஜி.ஆர். தெரிகிறாரென
பிதற்றினார்கள்.
கடந்த மாதம் அதே நிலவில்
சாய்பாபா
தோன்றுகிறாரென்றார்கள்.

இன்றும்கூட
வான் பார்த்தேன்.
எனக்கெப்போதும்
நிலா மட்டுமே தெரிகிறது.
O

என் வார்த்தைகள்
உங்களைக்
காயப்படுத்தியிருந்தால்
மன்னியுங்கள்...

கொல்வதெற்கென்றே அனுப்பினேன்
காயப்படுத்தியதோடு திரும்பிவிட்ட
வார்த்தைகளுக்குப்
பயிற்சி போதவில்லை
என்பதன்றி வேறென்ன.
O

மூடிய சன்னலின்
சிறு துளை வழியே
நுழைந்துவிடுகின்றன
கொசுக்கள்.

வாழ்வின்
அகண்ட பெருங்கதவு
திறந்தேதானிருக்கிறது
அவ்வளவு எளிதல்ல
உள்நுழைவது.
o

அகழ்வாரைத் தாங்கும்
நிலமல்ல.
இது
புகழ்வாரைத் தாங்கும்
நிலம்.
o

தத்துவங்களை
சட்டைப்பையில்
வைத்திருந்தேன்.

அகப்படவில்லை
எதுவும்
அவசரத் தேவைக்கு.

விழுந்துவிட்டிருந்தன
கிழிசலின்
வழியே.
o

காக்கைகள்
கொத்தித் தின்கின்றன
பகலை

கழுகுகள்
காத்திருக்கின்றன
இரவில்

பகலிரவின்றி
வேறு பொழுதுகளுண்டோ
வாழ.
O

நாக்கில் வேர்விடும்
சொற்கள் சிலவற்றை
உதடுதாண்டி
வளரவிடாமல்
கத்தரிப்பதில்
பூக்கிறது
வாழ்க்கை.
O

எப்போது
வெடிக்குமோ
எனுமொரு
பயத்திலேயே வைத்திருக்கின்றன
பலூன்களும்.
o

ஆறு சக்கரம்
நான்கு சக்கரம்
இரண்டு சக்கரம்
எதுவாயினும்
அதிவிரைவாக ஓடுவதில்
காலச்சக்கரத்துக்கு
இணையான
வாகனம் வேறில்லை.
o

கைதட்டிச் சிரிக்கும் பொய்கள்

உன்னறையில்
நாசியைத் துளைக்கிறது
நறுமணம்.

நாற்றமடிக்கிறது
உன் குணம்.

உன்
சிரிப்பொலி கேட்டு
ஓரமாய் நின்று
கைதட்டிச் சிரிக்கின்றன
பொய்கள்.

ஆனந்த கண்ணீர் என்கிறாய்
அதில் கரைந்து வழிகிறது
அரிதாரம்.

பூச்செண்டு பரிசளிக்கிறாய்
கூர்கத்தியொன்று
உள்ளிருக்குமோ
எனுமொரு அச்சம்
எச்சரிக்கிறது.

இறுக அணைத்துக்கொள்கிறாய்
வஞ்சித்தலின் ஒலிகளைக் கேட்கிறேன்
அதைத்தான் நீ
இதயத்துடிப்பென்கிறாய்.
o

பொம்மைகளைத் தொடாதீர்

தலையாட்டி பொம்மை
நாய் பொம்மை
பூனை பொம்மை
கார் பொம்மை
ரயில் பொம்மை
சிரிக்கும் பொம்மை
அழும் பொம்மை
சாவி கொடுத்தால்
ஆடும் பொம்மை
என
குழந்தைகளுக்கு
வாங்கிச் செல்வோரின்
பொம்மைகளில்
படிந்திருக்கின்றன
அவரவர்
அகநிழல்கள்.
O

துவம்ச வம்சம்

மனவெளியில்
மண்டிக் கிடக்கிறது
புல்.

ஆசுவாசமாய் வந்து
அமர்ந்துவிட்டுப் போ
என்கிறேன்.

வந்துகொண்டிருக்கிறாய்
நீயும்
உன்
வளர்ப்பு யானையோடு.
o

அகம் நகும் நட்பு

பூமியின்
பச்சை நிறப்போர்வை
என்கிறேன் நான்.
புதர் மண்டிக்
கிடக்கிறதென்கிறாய்
நீ.

வண்ணத்துப்பூச்சிகள்
பறப்பதே
அழகென்கிறேன் நான்.
புழு பூச்சியென்றாலே
பயமென்கிறாய்
நீ.

உயிர்த்துப் பூக்கும் நட்பில்
வாடிக்கிடக்கின்றன
முரண்கள்.
O

அலைகளின் நினைவாற்றல்

அலைகளுக்குக்
கரங்கள் உண்டு
அணைத்துக்கொள்ளும்

கால்கள் உண்டு
உதைத்துத் தள்ளும்

வாய் உண்டு
விழுங்கிவிடும்.

நீங்கா நினைவாற்றலும்
உண்டு.
நான் மட்டும் தனியே சென்றால்
என் கால்களைத் தொட்டு
அலைகள்
அவளை
அடிக்கடி விசாரிக்கும்.
O

நினைவுகளின் நெரிசல்

நலமாக இருக்கிறீர்களா
என்றார்.
ஆம் என்றேன்.
என்னை நினைவிருக்கிறதா
என்றார்.
இருக்கிறதென்றேன்.
மறந்துவிடவில்லையே
என்றார்.
இல்லையென்றேன்.
அவ்வளவு எளிதில்
மறக்கக் கூடிய நட்பா
நம்முடையது என்றார்.
ஆமோதித்தேன்.
என் பெயர் உங்களுக்குத்
தெரியும்தானே

என்றார்.
மௌனம் காத்தேன்.
எப்படித் தெரியாமலிருக்கும்
தாத்தா காலத்து
நட்பாயிற்றே என்றார்.

அய்யா உங்கள்
பெயரென்ன என்றேன்.
சும்மா விளையாடாதீங்க சார்
என்றவாறே
கடந்துவிட்டவரை எண்ணி
நினைவுகளின் நெரிசலில்
நசுங்கிக்கிடக்கிறது
மனம்.
O

பீட்சாவுக்குப் பழகிய குரங்குகள்

காடுகள் மனைகளான பிறகே
ஊருக்குள்
உலவத் தொடங்கின
குரங்குகள்.

பசியின் நிமித்தம்
வீடுகளுக்குள் புகுந்து
உணவு வேட்டையில்
பாத்திரங்களை
உருட்டுகின்றன.

கைகளில் இருப்பதைப் பறிக்க
நம்மிடமிருந்தே
கற்றிருக்க வேண்டும்.
பட்டாசு ஓசைக்கு
நடனமிசைக்கப்
பழகிவிட்டன.

தத்தம் குடும்பத்தோடு
கூரைகள் மீதேறி
வரிசையில் செல்கையில்
செவன்அப்
போத்தல்களை
ஏந்தியிருக்கின்றன.

பெரிய கட்டடங்கள்
வீடுகள்
வியாபார நிறுவனங்கள் என
எங்கும் தொல்லைகள்
கூடிவிட்டதாக
புகார் அளிக்கின்றனர்
மூதாதையரின்
வழித்தோன்றல் சிலர்.

உண்மையில் அவ்விடங்கள்
எமது பூர்வீக இடமென்றும்
எமக்கும்
தார்மீக உரிமை உண்டென்றும்
தர்க்கம் செய்வதில்லை
அவை.

பசியாற
குட்டிகளுக்கு உணவூட்ட
ஊருக்குள் வந்து போகும்
அவை
இப்போதெல்லாம்
பழங்களைத்
தவிர்த்துவிடுகின்றன.

நெகிழிப்பைக்குள்
வாங்கி வந்த
பீட்சாக்களை
பறித்துச் செல்கின்றன.

உணவுக் கலாசாரத்துக்கு
அவையும் பழகி
உலகோடு
ஒத்துவாழ்கின்றன.

எழுதும்
இக்காகிதத்தையும்
ஒரு முறை
எட்டிப்பார்த்து
தனக்கான கவிதையிது
என்பதறிந்து
கடந்து செல்கின்றன
புன்னகைத்தவாறே.

O

மழை
புயல்
என்கிறார்கள்.
பூவே
கவனமாக இரு.
O

மழை
நிற்கவில்லை.
தண்ணீர்
நிற்கிறது.
O

நனிநன்று
என்றெழுதப்பட்ட
விடைத்தாளை
கட்டியணைத்தவாறு
உறங்குகிறது
குழந்தை.
O

சின்னஞ்சிறு இரவை
எனதாக்கிக் கொள்ள
அடகு வைக்கிறேன்
ஒரு
பெரும் பகலை.
O

தொட்டனைத்தூறும் கவலைக்கேணி

கவலைகளோடு
கரைகளுக்கு வரும் பலர்
தங்கள் கவலைகளை
மணலைத் தோண்டி
மறைத்துவிட்டுப் போகிறார்கள்.

இளைப்பாற வருவோர்
இடமகன்ற பிறகு
குப்பையாகிறது
கடற்கரை.

கவலைகள் படிந்த மணல் துகள்கள்
கடலோடு கலந்து
பெருங்குரலெடுத்து
அலறுகின்றன
அலைகளாக.
O

அது ஒரு கொரோனா காலம்

மரத்தோரக் கடையில்
கொதிக்கும் முந்தைய நாள் எண்ணெயில்
சுடச்சுட
பஜ்ஜி நான்கும்
வடை இரண்டும்
கெட்டிச் சட்டினி தொட்டு
பெருங்கூட்டமாய்
சாப்பிடுவோரைக்கண்டு
ஊரைவிட்டே ஓடுகிறது
கொரோனா.

* * *

நடைபாதைக் கடைகளில்
முகக்கவசம் விற்பனை
ஒரு முறைக்கு நான்கு முறை
அணிந்து பார்த்து
அளவு சோதித்து
பத்திலிருந்து இரண்டை
வாங்கிச் செல்கிறார்கள்
மீதி எட்டில்
ஒளிந்திருக்கலாம்
கொரோனா.

* * *

காதலர்கள்
சந்தித்துக்கொண்டனர்.
தரையில் கிடந்தன
முகக்கவசங்கள்.

* * *

அதிகாலை நடைப்பயிற்சி
ஆவிபறக்கும் காபி
அவசர காலைஉணவு
டிப்டாப் உடை
மதிய உறக்கம்
மாலை அரட்டை
இலக்கியக்கூட்டம்
இரவின் நட்பு
என நீள்கிறது
கைகழுவியவைகள்.

* * *

விழிகளில்லை
சிறகுகள் உண்டென
நம்பப்படுகிறது
கொரோனாவுக்கு.

* * *

கால்மேல் கால் போட்டு
பேப்பர் படித்தபடி
அருந்திய தேநீரின்
கடன் அடைக்காதவன்
ஒட்டைக்குடை பிடித்து

கூனிக்குறுகி
மது வாங்கிச்செல்கிறான்
ரொக்கம் கொடுத்து.

* * *

ஆடு
கோழி
மீன்களின்
கூடுதல் மரணங்கள்
கொரோனா கணக்கில்
வருவதில்லை.

* * *

இரண்டு
முகக்கவசங்களை
அணிந்தே செல்கிறாய்
தோலில் ஒன்று
துணியில் ஒன்றென.

* * *

வாழப் பழகு
சாகாது போலிருக்கிறது
வறுமையும்
கிருமியும்.

o

ஊரடங்கைத் தளர்த்திய வானம்

வெளிச்சாளரக் கூட்டின்
சிறகிசையை
செவியருந்திக் கடப்பேன்
ஒவ்வொரு நாளும்.

இன்றைய
வைகறைக்குப் பிறகுதான்
எங்கள் முதல் சந்திப்பு
நிகழ்ந்தது.

கூடடங்கு உத்தரவு
இல்லையென்பதறிந்து
மேகங்களருகே
மிதந்து வெளியுலாவும்
பணிக்குக் கிளம்பினர்.

ஆகக் கடைசியாய்
சிறகசைத்து
வெளியேறத் தயாரான
தாயொருத்தி
ஒரே ஒரு வினாடி நின்று
என்னை ஒரு பார்வை பார்த்துவிட்டுப்
பறந்ததைத்தான்
தாங்கிக்கொள்ள இயலவில்லை
என்னால்.
O

இப்போதைக்கு ஒன்றும் சொல்வதற்கில்லை

சமூக இடைவெளியைக்
கடைப்பிடிக்கின்றன
நட்சத்திரங்கள்.

மேகங்களாலான
மூன்றடுக்கு
முகக்கவசமணிகிறது
நிலா.

நீல நிற சோப்பால்
இருவேளை குளித்து
அடிக்கடி
கைகழுவுகிறது
வானம்.

கவனமின்மையால்
நுரையீரல்
பாதிப்புக்குள்ளாகி
ஆக்ஸிஜன்
குறைந்து
ஐசியுவிலிருக்கிறது
பூமி
பல மாதங்களாக.
○

தங்கம் மூர்த்தி

மடியில் துயிலும் நோய்கள்

நலம் நலமறிய ஆவல்
மறந்தே போனது...
அண்மையில்
அதிகம் பயன்படுத்தியதோ
'ஆழ்ந்த இரங்கல்கள்'
மட்டுமே.

ஹவுஸ்புல் பலகைகளை
திரையரங்குகளிலிருந்து அகற்றி
மருத்துவமனைகளில்
மாட்டிவிட்டனர்.

ஆலயத்தின்
படிக்கல்லே கதி
என இருந்தோரெல்லாம்
மெடிக்கலே கதி
என்றாகிவிட்டனர்.

நிலவைப்பற்றி
பேசிய கவிஞர்கள்
சர்க்கரை
அளவைப் பற்றியே பேசுகிறார்கள்.

மேடைக்களமாடியவர்கள்
ஆறு மாதமாக
பேச்சுப் பயிற்சியை நிறுத்தி
மூச்சுப் பயிற்சியில்
மூழ்கியிருக்கிறார்கள்.

நம்மீது
பற்றுள்ளவர்களைப் பார்த்தால்கூட
தொற்றுள்ளவர்களோ
என்றே சந்தேகம் வருகிறது.

நோய்களுக்கு
உறக்கம் வரும்போதெல்லாம்
முதியோரின் மடியில்தான்
துயில் கொள்கிறது.
o

சரக்குக் கப்பல்கள்
தள்ளாடுவதில்லை
தண்ணீரில்.
o

மௌன மாளிகையின்
செங்கற்கள் உதிர்கின்றன
இரைச்சல் பூமியில்.
o

குளிர்நீரில்தான் குளியல்
வெந்நீர்க் குழாயில்
எறும்புகள்.
o

வாய் திறக்காதிருக்க
புகார்ப்பெட்டிகளுக்கு
பூட்டு.
o

கருவேலங்காட்டில்
அங்குமிங்கும் அலைகிறது
பசியோடுவண்ணத்துப்பூச்சி.
o

அரண்மனையில்
என்றுமே முதலிடம்தான்
வாயில் காப்போனுக்கு.
o

நேரத்தைத் தொலைத்த பயத்தில்
மௌனமாக நிற்கிறது
மணிக்கூண்டு.
O

நினைவுகளை
நிறுத்துப்பார்த்த தராசு
உன் பக்கமே சாய்கிறது.
O

மெல்ல நடந்து
பார்த்ததேயில்லை
அணில்களை.
O

சகதியில் சிக்கியது
மணல் லாரி
பழிவாங்கியது ஆறு.
o

இன்று சிறப்புச்செய்தி
ஒன்றுமில்லை–
அணில் வந்ததைத் தவிர.
o

பார்க்குமிடமெங்கும் மரங்கள்
பச்சைப்பசேலென இலைகள்
கார்ட்டூன் காடுகளில்.
o

சுடு மணலில்
பாதம் உணர்ந்தது
ஆற்றின் கோபம்.
o